走学看朋友

- ☐ Travel
- ☐ Learn
- ☐ See your friends

Written by Edna Ma 马霓雅
Translated by Eddie Liu 刘镇辉
Illustrations by Irfan Budhiharjo

It was the first day of First Grade at the language immersion school
in Los Angeles where classes were taught in both Mandarin Chinese and English.
Ethan was the first student to arrive.

故 事 发 生 在 洛 杉 矶 的 一 个 中 英 双 语 小 学。
Gù shì fā shēng zài luò shān jī de yī gè zhōng yīng shuāng yǔ xiǎo xué。

开 学 第 一 天, 伊 桑 是 一 年 级 第 一 个 到 校 的 学 生
Kāi xué dì yī tiān, yī sāng shì yī nián jí dì yī gè dào xiào de xué shēr

His parents kissed and hugged him good-bye, and wished him good luck on his first day!

伊 桑 的 父 母 离 开 时 和 他 拥 抱 亲 吻, 爸 爸 妈 妈
Yī sāng de fù mǔ lí kāi shí hé tā yǒng bào qīn wěn, bà ba mā mā

祝 福 伊 桑 第 一 天 交 好 运。
Zhù fú yī sāng dì yī tiān jiāo hǎo yùn。

He could feel his heart racing in EXCITEMENT.

伊 桑 兴 奋 得 可 以 感 觉 到 自 己 的 心 跳 加 速。
Yī sāng xīng fèn dé kě yǐ gǎn jué dào zì jǐ de xīn tiào jiā sù。

He couldn't wait to make new friends!

他 迫 切 的 期 望 交 到 新 朋 友!

Tā pò qiè de qī wàng jiāo dào xīn péng yǒu!

He walked over to some building blocks and started making a skyscraper.

他 走 向 一 堆 积 木 就 开 始 造 一 座 摩 天 大 楼。

Tā zǒu xiàng yī duī jī mù jiù kāi shǐ zào yī zuò mó tiān dà lóu。

Minutes later, Dean entered, holding his mom's hand.

几 分 钟 后 迪 恩 牵 着 妈 妈 的 手 进 来 了。
Jǐ fēn zhōng hòu dí ēn qiān zhe mā mā de shǒu jìn lái le。

He could feel his heart racing in NERVOUSNESS.

他 紧 张 得 可 以 感 觉 到 心 跳 加 速。
Tā jǐn zhāng dé kě yǐ gǎn jué dào xīn tiào jiā sù。

Dean saw a boy playing alone with his favorite building blocks and approached him.

迪 恩 看 到 一 个 小 朋 友
Dí ēn kàn dào yī gè xiǎo péng yǒu

独 自 在 玩 自 己 喜 欢 的
dú zì zài wán zì jǐ xǐ huān de

积 木 就 走 近 他。
jī mù jiù zǒu jìn tā。

"Do you want to play with me?" the boy asked. "My name is Ethan."

男孩说:"我叫伊桑.你要和我一起玩 吗?"
Nán hái shuō: Wǒ jiào yī sāng。 Nǐ yào hé wǒ yī qǐ wán ma?

"OK. My name is Dean."

"好的。我叫迪恩。"
Hǎo de。 Wǒ jiào dí ēn。

Dean pointed to the space shuttle on Ethan's shirt.
"Do you like space shuttles?"

迪 恩 指 着 伊 桑 衬 衫 上 的 航 天 飞 机 说:
Dí   ēn   zhǐ   zhe   yī   sāng   chèn   shān   shàng   de   háng   tiān   fēi   jī   shuō:

"你 喜 欢 航 天 飞 机 吗?"
"Nǐ   xǐ   huān   háng   tiān   fēi   jī   ma?"

"Yes, I do! Want to make a rocket launcher?"

"是 的, 我 喜 欢! 要 做 一 个 火 箭 发 射 台 吗?"
"Shì   de,   wǒ   xǐ   huān!   Yào   zuò   yī   gè   huǒ   jiàn   fā   shè   tái   ma?"

"Sure!"

"好 吧!"
"Hǎo   ba!"

After all the students arrived,
the teacher asked the kids to sit down at their assigned desks.

所有学生都到校了，
Suǒ yǒu xué shēng dōu dào xiào le,

老师让小朋友们坐在他们指定的座位。
lǎo shī ràng xiǎo péng yǒu men zuò zài tā men zhǐ dìng de zuò wèi。

千里之行，始於足下

A JOURNEY OF A THOUSAND
MILES BEGINS WITH A SINGLE STEP

Ethan and Dean discovered they were seated next to each other.

伊桑和迪恩发现他们正好坐在彼此的旁边。
Yī sāng hé dí ēn fà xiàn tā men zhèng hǎo zuò zài bǐ cǐ de páng biān。

For lunch they ate sandwiches and carrots.

他们吃的午餐是三明治和胡萝卜。
Tā men chī de wǔ cān shì sān míng zhì hé hú luó bo。

The teachers told the students,
"Don't forget to eat your carrots.
They're good for your eyes."

老师对学生们说:
Lǎo shī duì xué shēng men shuō:

"不要忘记吃胡萝卜,它对你们的眼睛好。"
"Bù yào wàng jì chī hú luó bo, tā duì nǐ men de yǎn jīng hǎo。"

Dean and Ethan turned to each other and said, "That's what my mom says!"

迪 恩 和 伊 桑 转 向 彼 此 说: "我 妈 妈 也 是 这 样 说 的!"

Dí ēn hé yī sāng zhuǎn xiàng bǐ cǐ shuō: "Wǒ mā mā yě shì zhè yàng shuō de!"

Laughing at the coincidence, the boys finished
their lunch and ran outside to play in the sandbox.

他 俩 们 同 时 都 笑 了, 两 个 小 男 孩

Tā liǎ men tóng shí dōu xiào le, liǎng gè xiǎo nán hái

吃 完 了 午 餐 就 跑 到 户 外 去 玩 沙 箱。

chī wán liǎo wǔ cān jiù pǎo dào hù wài qù wán shā xiāng。

"What else does your mom say?" Ethan asked.

伊 桑 问:"你 的 妈 妈 还 说 了 什 么?"
Yī sāng wèn: "Nǐ de mā mā hái shuō le shén me?"

"She says I have to do my homework every night and study hard," Dean replied.

迪 恩 回 答:"她 说 我 必 须
Dí ēn huí dá: "Tā shuō wǒ bì xū

每 晚 做 作 业 和 努 力 学 习。"
měi wǎn zuò zuo yè hé nǔ lì xué xí。"

Ethan said, "My parents say that too.

伊 桑 说:"我 的 爸 爸 妈 妈 也 是 这 样 说 的。
Yī sāng shuō: "Wǒ de bà ba mā mā yě shì zhè yàng shuō de。

Why are you studying Mandarin?"

你 为 什 么 学 汉 语?"
Nǐ wèi shé me xué hàn yǔ?"

"Because we're Chinese," Dean said.

迪 恩 说:"因 为 我 是 中 国 人。
Dí ēn shuō: "Yīn wèi wǒ shì zhōng guó rén。

"My parents tell me I should know my language and culture.

我 的 父 母 说 我 应 该 懂 得 我 的 语 言 和 文 化。
Wǒ de fù mǔ shuō wǒ yīng gāi dǒng dé wǒ de yǔ yán hé wén huà。

Why are you studying Mandarin?"

你 为 什 么 学 习 汉 语 呢?"
Nǐ wèi shé me xué xí hàn yǔ ne?"

"My parents say it's good for me, like eating broccoli and carrots,"

"因 为 我 的 父 母 说 这 对 我 好,
"Yīn wèi wǒ de fù mǔ shuō zhè duì wǒ hǎo,

就 像 是 吃 西 兰 花 和 胡 萝 卜。"
jiù xiàng shì chī xī lán huā hé hú luó bo。"

Ethan said, repeating the answer his parents had given him.

他 重 复 他 父 母 的 话。
Tā chóng fù tā fù mǔ de huà。

That night, Ethan told his parents all about his new friend, Dean.

那 一 晚,伊 桑 向 他
Nà yī wǎn, yī sāng xiàng tā

的 父 母 讲 述 了 他
de fù mǔ jiǎng shù le tā

的 新 朋 友 迪 恩。
de xīn péng yǒu dí ēn。

"We both like dinosaurs and rockets and digging outside in the dirt.

"我 们 都 喜 欢 恐 龙,火 箭 和 在 户 外 挖 土。
"Wǒ men dōu xǐ huān kǒng lóng, huǒ jiàn hé zài hù wài wā tǔ。

And his mom makes him eat his broccoli and carrots, too."

还 有,他 的 妈 妈 也 要 他 吃 西 兰 花 和 胡 萝 卜。"
Hái yǒu, tā de mā mā yě yào tā chī xī lán huā hé hú luó bo。"

At bedtime, as Ethan was lying in bed, he asked his dad,

就寝时,伊桑躺在床上问他的爸爸:
Jiù qǐn shí, yī sāng tǎng zài chuáng shàng wèn tā de bà ba:

"Are we Chinese?"

"我们是中国人吗?"
"Wǒ men shì zhōng guó rén ma?"

"No, we're American."

"不,我们是美国人。"
"Bù, wǒ men shì měi guó rén。"

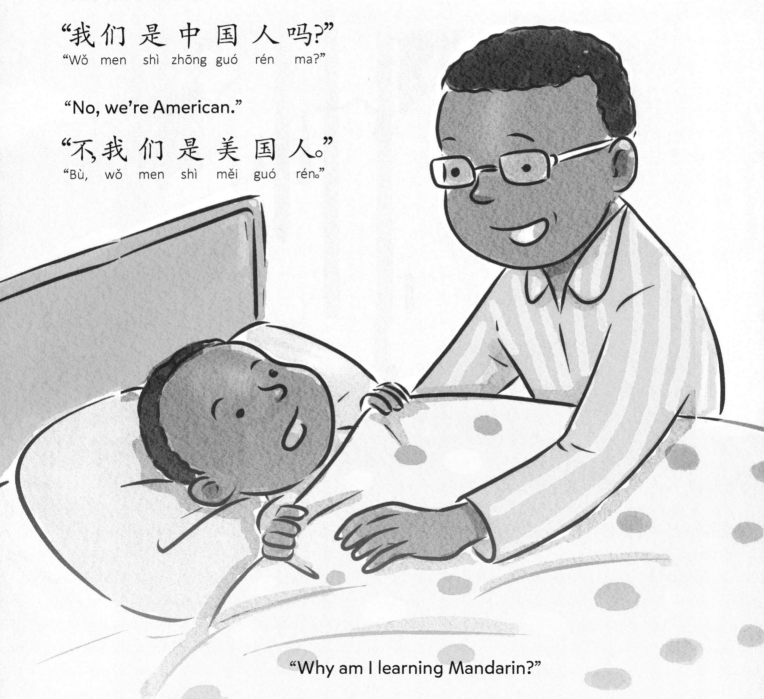

"Why am I learning Mandarin?"

"我们为什么要学汉语?"
"Wǒ men wèi shé me yào xué hàn yǔ?"

"You don't have to be Chinese to learn Mandarin.

"不一定是中国人才学汉语。
"Bù yī dìng shì zhōng guó rén cái xué hàn yǔ。

Just like you don't have to be British to learn English."

就像不是只有英国人才学英语。"
Jiù xiàng bù shì zhǐ yǒu yīng guó rén cái xué yīng yǔ,"

"Why do I go to a Mandarin Immersion school?"

"为什么我们上汉语浸沉式学校?"
"Wèi shé me wǒ men shàng hàn yǔ jìn chén shì xué xiào?"

"Because we think that learning Chinese is good for you, like eating your vegetables."

"因为我相信学汉语对你有好处的，就像吃蔬菜。"
"Yīn wèi wǒ xiāng xìn xué hàn yǔ duì nǐ yǒu hǎo chǔ de, jiù xiàng chī shū cài."

"Why?"

"为什么?"
"Wèi shé me?"

"Because you're exercising your brain, the same as you exercise your body.

因为这样能锻炼你的大脑，就像锻炼身体一样。
Yīn wèi zhè yàng néng duàn liàn nǐ de dà nǎo, jiù xiàng duàn liàn shēn tǐ yī yàng.

When you learn a new language, different parts of your brain get a chance to be used."

学 一 种 新 的 语 言 可 以 锻 炼 不 同 部 位 的 大 脑。"
Xué yī zhǒng xīn de yǔ yán kě yǐ duàn liàn bù tóng bù wèi de dà nǎo。"

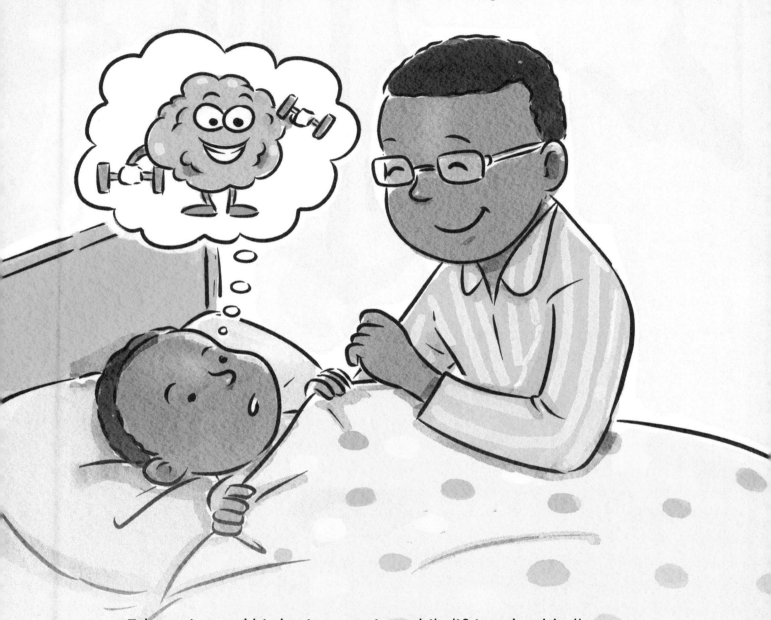

Ethan pictured his brain sweating while lifting dumbbells.

伊 桑 联 想 起 他 举 哑 铃 时 头 顶 冒 汗 的 样 子。
Yī sāng lián xiǎng qǐ tā jǔ yǎ líng shí tóu dǐng mào hàn de yàng zi。

"Why is that good for me?"

"为 什 么 这 样 就 对 我 好 呢?"
"Wèi shé me zhè yàng jiù duì wǒ hǎo ne?"

"Because learning new things, like languages,
is like having more colors and supplies in your art box.

"因为 学 习 新 语 言, 就 像 在 你 的 画 盒
"Yīn wéi xué xí xīn yǔ yán, jiù xiàng zài nǐ de huà hé

里 有 添 加 更 多 的 颜 色 和 绘 画 材 料。"
li yǒu tiān jiā gèng duō de yán sè hé huì huà cái liào。"

At first you only had a small box of crayons, then you had markers.

起 初 你 只 有 一 小 盒 蜡 笔, 然 后 你 有 了 水
Qǐ chū nǐ zhǐ yǒu yī xiǎo hé là bǐ, rán hòu nǐ yǒu le shuǐ

彩 笔 标 记 笔, 现 在 你 在 使 用 水 彩 颜 料 笔。
cǎi bǐ biāo jì bǐ, xiàn zài nǐ zài shǐ yòng shuǐ cǎi yán liào bǐ。

Now you're using watercolors and mixing
those colors together to make new colors.

你 甚 至 可 以 将 这 些 颜 料 颜 色 混 合,
Nǐ shèn zhì kě yǐ jiāng zhè xiē yán liào yán sè hùn hé,

得 到 出 更 多 新 的 颜 色。
dé dào chū gèng duō xīn de yán sè。

Each one of those is a tool for you to create something beautiful.

每 一 件 都 可 以 成 为 你 的 工 具
Měi yī jiàn dōu kě yǐ chéng wéi nǐ de gōng jù

去 创 作 出 更 多 更 美 好 的 东 西。
qù chuàng zuò chū gèng duō gèng měi hǎo de dōng xī。

Learning a new language is like having more tools to create with."

学 新 的 语 言 就 像 拥 有 更 多 的 绘 画 工 具。"
Xué xīn de yǔ yán jiù xiàng yǒng yǒu gèng duō de huì huà gōng jù。"

"Is this like when we lived in France and visited all those art museums?"

"这 是 不 是 就 像 我 们 生 活 在
"Zhè shì bù shì jiù xiàng wǒ men shēng huó zài

法 国 时 看 到 的 那 些 艺 术 馆?"
fà guó shí kàn dào dì nà xiē yì shù guǎn?"

"Exactly! We made a lot of new friends and tried a lot of new foods, too."

"是 的! 我 们 也 交 了 很 多 的 新
"Shì de! Wǒ men yě jiāo le hěn duō de xīn

朋 友, 品 尝 了 很 多 新 的 食 物。"
péng yǒu, pǐn cháng le hěn duō xīn de shí wù。"

"New friends like Dean!"

"就像迪恩一样的新朋友!"
"Jiù xiàng dí ēn yī yàng de xīn péng yǒu!"

"Exactly! I like that you're asking so many questions!"

"是的!我很喜欢你问那么多的问题!"
"Shì de! Wǒ hěn xǐ huān nǐ wèn nà me duō de wèn tí!"

That night, Dean told his parents and little sister, Genevieve, who was in kindergarten, all about his first day of school and his new friend Ethan.

那 天 晚 上, 迪 恩 向 他 的 父 母 和 上
Nèi tiān wǎn shàng, dí ēn xiàng tā de fù mǔ hé shàng

幼 儿 园 的 妹 妹 健 平 讲 述 了 学 校
yòu ér yuán de mèi mei jiàn píng jiǎng shù le xué xiào

第 一 天 的 见 闻 和 他 的 新 朋 友 伊 桑。
dì yī tiān de jiàn wén hé tā de xīn péng yǒu yī sāng。

"Mom, he is exactly like me! We both like dinosaurs and rockets!
His mom sounds just like you too! "

"妈 妈, 他 确 实 很 像 我! 我 们 都 喜 欢
"Mā mā, tā què shí hěn xiàng wǒ! Wǒ men dōu xǐ huān

恐 龙 和 火 箭! 他 的 妈 妈 也 很 像 你!"
kǒng lóng hé huǒ jiàn! Tā de mā mā yě hěn xiàng nǐ!"

She was happy he had a new friend
and would no longer be nervous about attending school.

迪 恩 有 了 新 朋 友, 不 会 再 为
Dí ēn yǒu le xīn péng yǒu, bù huì zài wéi

上 学 而 紧 张 了, 妈 妈 很 放 心。
shàng xué ér jǐn zhāng le, mā mā hěn fàng xīn。

The next morning at school, Dean asked,
"Mom, which of these students do you think is my new friend, Ethan?"

第 二 天 到 了 学 校, 迪 恩 问, "妈 妈, 你 猜 在 这 些 学
Dì èr tiān dào le xué xiào, dí ēn wèn, "mā mā, nǐ cāi zài zhè xiē xué

生 中 哪 一 位 是 我 的 新 朋 友 伊 桑?"
shēng zhōng nǎ yī wèi shì wǒ de xīn péng yǒu yī sāng?"

"Is he the boy wearing the baseball hat and green shirt?"

"是 不 是 那 个 戴 棒 球 帽 穿 绿 衬 衫 的?"
"Shì bù shì nà gè dài bàng qiú mào chuān lǜ chèn shān de?"

"No! Ethan's wearing the blue shirt!"

"不 是! 伊 桑 是 穿 蓝 衬 衫 的!"
"Bù shì! Yī sāng shì chuān lán chèn shān de!"

Before anyone knew it, the first month of school was over.

不 知 不 觉 一 个 月 过 去 了。
Bù zhī bù jué yī gè yuè guò qù le。

The teacher was announcing the first field trip to the natural history museum.

老 师 宣 布 第 一 次 郊 游 要 去 自
Lǎo shī xuān bù dì yī cì jiāo yóu yào qù zì

然 历 史 博 物 馆。
rán lì shǐ bó wù guǎn。

Dean and Ethan turned to each other and loudly whispered, "Yay!"

迪恩和伊桑转头看着彼此,大声的说"耶!"

Dí ēn hé yī sāng zhuǎn tóu kàn zhe bǐ cǐ, dà shēng de shuō "yé!"

"I bet I know more dinosaurs than you!"

"我敢打赌我知道的恐龙比你多!"

"Wǒ gǎn dǎ dǔ wǒ zhī dào de kǒng lóng bǐ nǐ duō!"

"No way! I challenge you to a dinosaur duel!"

"不可能!我向你挑战看谁知道的恐龙多!"

"Bù kě néng! Wǒ xiàng nǐ tiǎo zhàn kàn shéi zhī dào de kǒng lóng duō!"

"T-rex."

"暴龙。"

"Bào lóng。"

"That's too easy! Triceratops!"

"那太容易了!三角恐龙!"

"Nà tài róng yì le! Sān jiǎo kǒng lóng!"

"Velociraptor!"

"迅猛!"

"Xùn měng!"

"Stegosaurus!"

"剑龙!"

"Jiàn lóng!"

"Spinosaurus!"

"棘龙!"

"Jí lóng!"

"Brontosaurus!"

"雷龙!"

"Léi lóng!"

"They're not called
Brontosaurus any more!
They're called Apatosaurus!"

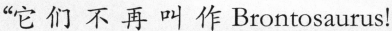

"它们不再叫作 Brontosaurus!

"Tā men bù zài jiào zuò Brontosaurus!

它们叫作 Apatosaurus!"

Tā men jiào zuò Apatosaurus!"

"Ethan and Dean! Do I need to separate you two?" the teacher asked.

老师问:"伊桑和迪恩!我需
Lǎo shī wèn: "Yī sāng hé dí ēn! Wǒ xū

要把你们两个分开吗?"
yào bǎ nǐ men liǎng gè fēn kāi ma?"

They shook their heads and quieted down.
Neither wanted to be separated.

他们摇头安静下来,
Tā men yáo tóu ān jìng xià lái,

都不希望被分开。
dōu bù xī wàng bèi fēn kāi。

At dinner one night, Dean and Genevieve's parents told them their dad received a promotion at work, and the family would be moving to Chicago, IL.

一天晚饭时,迪恩和健平的父母
Yī tiān wǎn fàn shí, dí ēn hé jiàn píng de fù mǔ

告诉他们,爸爸的工作得到提升,
gào sù tā men, bà ba de gōng zuò dé dào tí shēng,

全家要搬去伊利略州的芝加哥市。
quán jiā yào bān qù yī lì lüè zhōu de zhī jiā gē shì。

They explained that Dean and Genevieve would attend a different school next year.

他们说迪恩和健平明年会进不同的学校。
Tā men shuō dí ēn hé jiàn píng míng nián huì jìn bù tóng de xué xiào。

"Will Ethan go to this new school too?"

"伊桑也去这个新学校吗?"
"Yī sāng yě qù zhè ge xīn xué xiào ma?"

"No, he will stay here," his dad said.

爸爸说:"不会,他留在这里。
Bà ba shuō: "Bù huì, tā liú zài zhè lǐ.

"But you will make new friends. Plus you have your sister Genevieve, and she is your friend for life! You can keep in touch with Ethan with emails and writing letters."

"但是你会交新的朋友,而且你有
Dàn shì nǐ huì jiāo xīn de péng yǒu, ér qiě nǐ yǒu

妹妹,她是你一生的朋友!你可以
mèi mei, tā shì nǐ yī shēng de péng yǒu! Nǐ kě yǐ

写信或发电子邮件和伊桑保持联系。"
xiě xìn huò fā diàn zǐ yóu jiàn hé yī sāng bǎo chí lián xì."

The corners of Dean's mouth turned downward.

迪 恩 撅 起 小 嘴。

Dí ēn juē qǐ xiǎo zuǐ。

He knew he could come up with a better solution.

他 相 信 他 可 以 想 出 一 个 好 办 法。

Tā xiāng xìn tā kě yǐ xiǎng chū yī gè hǎo bàn fǎ。

Genevieve, seeing how upset her brother was, came up and hugged Dean. "Maybe I can help you?"

健 平 看 到 哥 哥 不 开 心, 就 过 来 拥 抱 迪 恩。
Jiàn píng kàn dào gē gē bù kāi xīn, jiù guò lái yǒng bào dí ēn。

"我 能 帮 你 吗?"
"Wǒ néng bāng nǐ ma?"

Suddenly, Dean had an idea.

忽 然, 迪 恩 想 到 一 个 办 法。
Hū rán, dí ēn xiǎng dào yī gè bàn fǎ。

He had just learned about sister cities in school.

他 在 学 校 里 刚 学 到 姐 妹 城 市。
Tā zài xué xiào lǐ gāng xué dào jiě mèi chéng shì。

Turning to the Internet, he discovered that Shanghai is the sister city to Chicago.

迪 恩 在 互 联 网 上 查 到 上
Dí ēn zài hù lián wǎng shàng chá dào shàng

海 和 芝 加 哥 是 姐 妹 城 市。
huǎ hé zhī jiā gē shì jiě mèi chéng shì。

His fingers tapped quickly on the keyboard.

他 的 手 指 飞 快 地 敲 击 键 盘。
Tā de shǒu zhǐ fēi kuài dì qiāo jī jiàn pán。

"Did you know that Shanghai is the world's biggest city?
There are many museums and a huge aquarium there!"

"你知道上海是世界上最大的城市吗?
"Nǐ zhī dào shàng hǎi shì shì jiè shàng zuì dà de chéng shì ma?

那儿有很多博物馆,还有一个巨大的水族馆!"
Nà er yǒu hěn duō bó wù guǎn, hái yǒu yī gè jù dà de shuǐ zú guǎn!"

"Look, there are sharks at the aquarium, and dolphins, too!
I want to go," Genevieve said excitedly.

健平兴奋地说:"看,水族馆
Jiàn píng xīng fèn de shuō: "Kàn, shuǐ zú guǎn

中有鲨鱼还有海豚!我要去。
zhōng yǒu shā yú hái yǒu hǎi tún! Wǒ yào qù。"

"We should convince Mom and Dad to take us to a language camp there, so we can visit the aquarium and other fun places.

"我 们 应 该 说 服 爸 爸 妈 妈 带 我 们 去 那 儿 的 语
"Wǒ men yīng gāi shuō fú bà ba mā mā dài wǒ men qù nà er de yǔ

言 培 训 -- 夏 令 营. 这 样 我 们 可 以 参 观 水 族
yán péi xùn – xià lìng yíng。 Zhè yàng wǒ men kě yǐ cān guān shuǐ zú

馆 和 其 它 好 玩 的 地 方。
guǎn hé qí tā hǎo wán de dì fāng。

37

We have to convince them to say yes!

我 们 必 须 说 服 他 们!
Wǒ men bì xū shuō fú tā men!

And then we will show Ethan how to get his parents to agree!

然 后 我 们 教 伊 桑 怎 样 去 让 他 的 父 母 也 同 意
Rán hòu wǒ men jiào yī sāng zěn yàng qù ràng tā de fù mǔ yě tóng yì!

So we will be able to spend the summer together!"

这样我们就能在一起过暑假了!"
Zhè yàng wǒ men jiù néng zài yī qǐ guò shǔ jià le!"

Genevieve shrugged her shoulders, not knowing what to say,
but she was happy that her brother was smiling.

健平耸耸肩,不知道说什么好。
Jiàn píng sǒng sǒng jiān, bù zhī dào shuō shén me hǎo。

但是她很高兴看到哥哥笑了。
Dàn shì tā hěn gāo xìng kàn dào gē gē xià le。

That night, Dean couldn't sleep.

那 天 晚 上, 迪 恩 无 法 入 眠。
Nèi tiān wǎn shàng, dí ēn wú fǎ rù mián。

He was up all night scribbling notes with ideas
of how to see Ethan after his family moved.

他 整 夜 做 笔 记, 设 想 如 何
Tā zhěng yè zuò bǐ jì, shè xiǎng rú hé

在 搬 家 后 再 见 到 伊 桑。
zài bān jiā hòu zài jiàn dào yī sāng。

The next morning, Dean sprinted up to Ethan and announced,

第 二 天 一 早, 迪 恩 飞 跑 到 伊 桑 面 前, 告 诉 他:
Dì èr tiān yī zǎo, dí ēn fēi pǎo dào yī sāng miàn qián, gào sù tā

"My family is moving away and we might never see each other again!

"我 们 要 搬 家 了, 我 们 有 可 能 再 也 见 不 到 了!
"Wǒ men yào bān jiā le, wǒ men yǒu kě néng zài yě jiàn bù dào le!

Ethan, you're my best friend!

伊桑, 你 是 我 最 好 的 朋 友!
Yī sāng, nǐ shì wǒ zuì hǎo de péng yǒu!

We can't let that happen!

我 们 不 能 让 这 样 的 事 情 发 生!
Wǒ men bù néng ràng zhè yàng de shì qíng fā shēng!

But don't worry, I came up with a plan!"

但 是 不 要 担 心, 我 已 经 想 出 一 个 办 法 了!"
Dàn shì bù yào dān xīn, wǒ yǐ jīng xiǎng chū yī gè bàn fǎ le!"

Dean opened his notebook and showed Ethan his notes.

迪 恩 打 开 他 的 笔 记 本 给 伊 桑 看。
Dí ēn dǎ kāi tā de bǐ jì běn gěi yī sāng kàn。

"OUR parents like to travel and LEARN new things."

"我 们 的 爸 爸 妈 妈 部 喜 欢 旅 游 和 学 习 新 的 东 西。"
"Wǒ men de bà ba mā mā bù xǐ huān lǚ yóu hé xué xí xīn de dōng xī。"

"What are you talking about, Dean?"

"迪恩你在说什么?"
"Dí ēn nǐ zài shuō shén me?"

"Listen to this! "

听着!
"Tīng zhe!

I have made a plan for us to see each other, but it's disguised as 'learning.'"

我定了一个计划使我们能再相见。
Wǒ dìng leyī gè jì huà shǐ wǒ men néng zài xiāng jiàn。

但假装是'学习'。"
Dàn jiǎzhuāng shì 'xué xí'。"

We can call it T.L. See."

我 们 可 以 把 它 叫 做 T.L.See。"
Wǒ men kě yǐ bǎ tā jiào zuò   T.L.See."

"What does T.L. See mean?"

"什 么 是 T.L.See?"
"Shén me shì   T.L.See?"

"T stands for Travel.

"T 代 表 旅 游。
"T dài biǎo lǚ yóu。

We can travel to China and the sights.

我 们 可 以 去 中 国 旅 行 参 观。
Wǒ men kě yǐ qù zhōng guó lǚ xíng cān guān。

L stands for Learn. We will obviously be learning Mandarin!

L 代表学习.当 然 我们会去学汉语

L　dài　biǎo　xué　xí.　Dāng　rán　wǒ　men　huì　qù　xué　hàn　yǔ!

See stands for See Ethan!"

See 代 表 看 到, 伊 桑!"

See　dài　biǎo　kàn　dào,　yī　sāng!"

"Moving away would be a disaster!

"搬 家 真 是 太 糟 了!

"Bān　jiā　zhēn　shi　tài　zāo　le!

If I can make our parents think T.L.See is a chance to learn Mandarin, then this plan would be a success!"

如果能让我们的父母认为T.L.See是一
Rú guǒ néng ràng wǒ men de fù mǔ rèn wéi T.L.See shì yī

个学汉语的机会,这个计划就成功了!"
gè xué hàn yǔ de jī huì, zhè ge jì huà jiù chéng gōng le!"

Ethan nodded. "We have nothing to lose!"

伊桑点头。"我们也没有可损失的!"
Yī sāng diǎn tóu。"Wǒ men yě méi yǒu kě sǔn shī de!"

That night at dinner, Ethan explained that
Dean would be moving to a different city and school.

那 天 晚 餐 时, 伊 桑 告 诉 父 母 迪
Nèi tiān wǎn cān shí, yī sāng gào sù fù mǔ dí

恩 将 搬 到 不 同 的 城 市 和 学 校。
ēn jiāng bān dào bù tóng de chéng shì hé xué xiào。

"We are sorry to hear that," his dad said.

他 的 爸 爸 说: "我 们 很 抱 歉 听 到 这 个 消 息。"
Tā de bà ba shuō: "Wǒ men hěn bào qiàn tīng dào zhè ge xiāo xī。"

"Don't be sad!" Ethan said. "We have found a way to see each other again."

伊 桑 说:"不 要 伤 心! 我 们 有 办 法 可 以 再 见 面。"
Yī sāng shuō: "Bù yào shāng xīn! Wǒ men yǒu bàn fǎ kě yǐ zài jiàn miàn。"

He opened Dean's notebook.

他 打 开 迪 恩 的 笔 记 本。
Tā dǎ kāi dí ēn de bǐ jì běn。

"Let me present our T.L.See plan.

请 看 我 们 的 T.L.See 计 划。
Qǐng kàn wǒ men de T.L.See jì huà。

The T stands for Travel to China.

T 代表去中国旅游。

T dài biǎo qù zhōng guó lǚ yóu。

The L stands for Learn Chinese.

L 代表学习汉语。

L dài biǎo xué xí hàn yǔ。

And the See stands for See the world and my friend Dean!"

See 代表看世界和见我的朋友迪恩!"

See dài biǎo kàn shì jiè hé jiàn wǒ de péng yǒu dí ēn!"

50

Ethan's mom said,

伊 桑 的 妈 妈 说:
Yī sāng de mā mā shuō:

"This is a great proposal.

"这 是 一 个 很
"Zhè shì yī gè hěn

好 的 建 议。
hǎo de jiàn yì

I like your creative thinking.

我 喜 欢 你 们 的 创 意。
Wǒ xǐ huān nǐ men de chuàng yì。

If you didn't study Mandarin you probably would not have met Dean.

如 果 你 没 有 学 习 汉 语 可 能 就 不 会 遇 到 迪 恩。
Rú guǒ nǐ méi yǒu xué xí hàn yǔ kě néng jiù bù huì yù dào dí ēn。

Your dad and I will have to sort out the details, like when and how.

这 事 爸 爸 妈 妈 需 要 仔 细 计 划,
Zhè shì bà ba mā mā xū yào zǐ xì jì huà,

比 如 何 时 去 和 如 何 去, 等 等。
bǐ rú hé shí qù hé rú hé qù, děng děng。

But we are happy that you took the initiative to find a solution."

但 是 我 们 喜 欢 你 们 遇 事 主 动 寻 求 答 案。"
Dàn shì wǒ men xǐ huān nǐ men yù shì zhǔ dòng xún qiú dá àn。"

Ethan didn't fully understand his parents' response,
but he understood that they didn't say 'no.'

伊 桑 没 有 猜 透 他 父 母 的 意 思。
Yī sāng méi yǒu cāi tòu tā fù mǔ de yì sī。

但 是 他 知 道 他 们 没 有 说 '不。'
Dàn shì tā zhī dào tā men méi yǒu shuō 'bù。'

"Like you said, Dad, learning Mandarin is like exercising!"

爸 爸, 正 如 你 说 的 学 习 汉 语 是 一 种 锻 炼!
"Bà ba, zhèng rú nǐ shuō de xué xí hàn yǔ shì yī zhǒng duàn liàn!

And my brain would like
to exercise in China!"

我 愿 意 在 中 国
Wǒ yuàn yì zài zhōng guó

锻 炼 我 的 头 脑!"
uàn liàn wǒ de tóu nǎo!"

That night, both Dean and Ethan lay awake separately, envisioning their plan to study overseas.

那 一 晚, 迪 恩 和 伊 桑 都 没 睡 着, 遐 想 着 他 们 海 外
Nà yī wǎn, dí ēn hé yī sāng dōu méi shuì zhe, xiá xiǎng zhe tā men hǎi wài

学 习 的 计 划。
xué xí de jì huà。

Now that their parents liked their plan, they needed to find a Mandarin school in Shanghai.

他 们 父 母 喜 欢 他 们 的 计 划。
Tā men fù mǔ xǐ huān tā men de jì huà。

他 们 需 要 找 一 个 上 海 的 汉 语 学 校。
Tā men xū yào zhǎo yī gè shàng hǎi de hàn yǔ xué xiào。

They were each exercising their brain.

他们各自都在锻炼
Tā men gè zì dōu zài duàn liàn

他们的头脑。
tā men de tóu nǎo.

They knew they could arrive at a creative solution,
especially if they helped each other.

他们知道只要他们互相帮
Tā men zhī dào zhǐ yào tā men hù xiāng bāng

助就能找到一个创新的答案。
zhù jiù néng zhǎo dào yī gè chuàng xīn de dá àn.

Special Thanks to:

The Huey Family
and the gift of friendship.

Jessica and the Sanford family,
it does take a village!

Beth Bruno,
my kind and talented editor,
who has done more than editing.

All the readers:
Jane Niu, 李珉, **Pearl Zhou**,
Jean Lu, 罗雪丹

and thank you to my family and
loving husband who has always supported me
and all our adventures together.

CPSIA information can be obtained
at www.ICGtesting.com
Printed in the USA
BVHW022349170619
551093BV00003B/9/P